மழை எனக்கு பிடிக்காது !

வேலுமதி

மழை எனக்கு பிடிக்காது

கவிதை

ஆசிரியர் : ©வேலுமதி

முதல் பதிப்பு : ஜனவரி 2023

வெளியீடு : ஏலே பதிப்பகம்

5/175, பாத்திமா நகர், கூத்தென்குழி,

திருநெல்வேலி – 627104

தொடர்புக்கு : +91 9944992571

Mazhai Enaku Pidikkathu - poetry
by VeluMathi©
First Edition : January 2023
Pages: 99
ISBN : **978-93-5533-568-5**
Aelay Publish
Contact : +91 9944992571
Designed by : Kabilan S

அணிந்துரை

கவிஞர். சேவு முத்துக் குமார்,
சிவகங்கை மாவட்ட பொருளாளர்,
கவனக் கலை மன்றம் – காரைக்குடி .

சில்வகை எழுத்தில் பல்வகைப் பொருளைச்

செவ்வன் ஆடியிற் செறித்தினிது விளக்கித்

திப்ப நுட்பஞ் சிறந்தன சூத்திரம்

என கவிதைக்கு இலக்கணம் சொல்கிறார் பவணந்தி
முனிவர்.

சிலவற்றில் பலவிதமான பொருட்கள் தூரத்தில் உள்ள
மரத்தை சிறப்பான கண்ணாடியில் துல்லியமாக
காட்டுவதைப் போல, திடமாக நுட்பமாக சொல்வது தான்
கவிதையாகும்.

"உள்ளத்து உள்ளது கவிதை – இன்பம்

உருவெடுப்பது கவிதை;

தெள்ளத் தெளிந்த தமிழில் – உண்மை

தெரிந்து உரைப்பது கவிதை"

என்று கவிதைக்கு இலக்கணம் வகுத்த கவிமணியை அடியொற்றி, இளைய கவிஞர் வேலுமதி மழை எனக்கு பிடிக்காது என்ற தலைப்பில்கவிதைக்குறிய சந்தம் தொடை நயங்களோடு 53 தலைப்புகளில் புதுக்கவிதை வடிவில், தன் சிந்தனையில்செம்மார்ந்த செம்மார்ந்த நினைவுகளை அனுபவங்களை எண்ணங்களை பாடுபொருளாக்கி படைப்புலகில் தானும் ஒரு கவிஞனாக களம் காண புறப்பட்டு இருப்பது பெரிதும் பாராட்டத்தக்கது .

கபிலன் என்ற சங்க இலக்கிய கவிஞன் பெயர் கொண்ட இவர் தன் தாய் தந்தை மீது உள்ள பற்றின் காரணமாக அவர்களது பெயரை சுருக்கி வேலுமதியாகி கவிதையெனும் மணிக்கயிற்றை கையில் பிடித்து தமிழ் மணியை ஒலிக்க செய்துள்ளார்.

நான் படிக்கும் கல்விக்கும் போலியானது தாயே நீ பார்த்த விழ என்று தாயின் மீது அன்பு பாராட்டுவதும்,

என் அய்யன் பட்ட பாட்ட

பாட்டா எழுத பக்குவம் தான் பத்தாது

என்று கூறும் இடத்து தன் தந்தை பட்ட பாடு வார்த்தைகளாய் கவிதைகள் மிளிர்கிறது.

அண்ணன்களுக்கும் கவிதை வடித்த கவிஞர் இல்லாத தங்கைக்கும் கவி படைத்திருப்பது சிறப்பு.

எப்பம்மா நீ வருவ

எச்சில் முத்தம் எப்ப தருவ

எனப் பாடுவதன் மூலம் பெண் குழந்தையின் அவசியத்தை பெருமையை கவிதை பறைசாற்றுகிறது.

மழை எனக்குப் பிடிக்காது என்ற எதிர்மறை தலைப்பை தந்து திகைக்க வைத்த கவிஞர் கவிதையை முழுமையாக படித்த பின் அவரது பார்வையில் அனுபவத்தில் தலைப்பு சரிதான் என எண்ணத் தோன்றுகிறது. மழைக்காலத்திலே ஓட்டை குடிசையிலே வாழும் மக்களின் மனங்களை கவிதை படம்பிடித்து காட்டுகிறது.

பத்துக்கும் மேற்பட்ட இடத்தில்

ஒழுத மழையைப் பிடிக்க

பாத்திரம் ரெண்டு பற்றாக்குறை

என வறுமை நிலையை சொல்லும் கவிஞர்,

காகிதக் கப்பல் கூட விட முடியாமல்
நனைந்து விட்டது நோட்டுப் புத்தகங்கள்

என ஏழைச் சிறுவனின் மன வேதனை யை
அழகியலோடு பதிவு செய்கிறார் கவிஞர் வேலுமதி.

பேனா உதறு
பேப்பர் கசக்கு
இரவை நேசி

என கத்துக்குட்டி கவிஞன் என்ற தலைப்பில் உள்ள கவிதை கவிப்பேரரசு வைரமுத்து கவிதை ஒப்பீடு செய்யும் அளவிற்கு தரம் உயர்ந்து நிற்கிறது.

ஏழை வீட்டு தீபாவளி என்ற தலைப்பிலான கவிதை "நரகாசுரன் சாகாமலே இருந்திருக்கலாம்" என புலம்புவது இருப்பவர் கொண்டாட, இல்லாதவர்கள் கொண்டாடுவதற்கும் திண்டாடும் மனநிலையை சொல்லி சாபம் விடுவதாக அமைந்திருப்பது உண்மை.

திருமணம் ஆனவள், ஆகாதவள் என்பதற்கான அடையாளம் பெண்ணுக்கு இருப்பதைப் போல ஆணுக்கு ஏன் இல்லை என்று அடையாளம் என்ற கவிதையின் மூலம் வினா எழுப்பி வியப்பில் சிந்திக்க வைக்கிறார் கவிஞர்.

குரோமோசோம் பிரிதலில்
குறைபாடு தானே தவிர
குணத்தில் எந்த குறையும் இல்லையே !

என்று திருநங்கைக்காக எழுதிய கவிஞர்,

நங்கை உணர்ந்த இவர்களை
நகர்த்துப் பேசாமல் இருந்தால் போதும்

என பாடம் புகட்டுவது நல்ல படிப்பினை.

உழவன் ஏக்கம் துடைக்க
ஆதவன் சீக்கிரம் எழுவான்
தவளைகள் நீர்த்
திவளைக்குள் மறைந்து கொள்ளும்
கதிர் என்னை
அறுத்து எடுத்துக் கொள்
என தரையிலே படுத்து இருக்கும்

போன்ற வரிகள் எல்லாம் துள்ளல் ஒசையோடு அடடா அடடா
என வியக்க வைக்கும் வரிகள் கொண்ட கவிதையான
எனது கிராமம் கவிதை பெருமிதச்சுவையுடையது.

பூமியிலே நம்மை வரவேற்கும்
முதல் உறவு செவிலித்தாய்

என்ற உண்மையை உலகிற்கு உணர்த்தும் கவிஞர்
வேலுமதி.

பாதகனாய் பருவ வயதில் தெரியும்
ஆதவனாய் தெரிவார் பருவம் முதிர்வில்

என்று ஆசிரியர் அருமையே அருமையை சுவைபட கூறுவது
மிகவும் அருமை.

கரிசல் மண்ணில்
விரிசல் விழுந்தது போலிருக்கும்
அப்பாவின் பாதம்

என அப்பாவின் பாதத்திற்கு கவிஞர் காட்டும் உவமை
மிகவும் அருமை.

படைப்பாளிகளின் படைப்புகளைத் திருடி தனது என சொல்லி புகழடையும் பாதகர்களை தண்டிக்க

படைப்புகள் என்னுடையது என சொல்ல நான் எழுதும் பேனாக்களே சாட்சி சொல்ல வாருங்கள்

என்று இயலாமையுடன் கெஞ்சும் கவிஞர் ஆதிக்கவாசிகளை எதுவும் செய்ய இயலாது என்பதாக அமைகிறது.

வெயிலோடு உறவாடி இந்த் கவிதையில்

காலம் இசை தந்தால் கடந்த காலம் போக ஆசைதான்

என்கிறார் கவிஞர். இது கவிஞரின் ஆசை மட்டும் அன்று கவிதையை சுவைக்கும் சுவைஞனின் ஆசியும் கூட.

என்னை அள்ளி
எடு என் மேனிதோடு
என் உடை நீக்கு

என்னும் கவிதை காமத்தின் உச்சமாக அமைந்து இப்படி ஒரு கவிதையை எப்படி எழுதினார் என்று பதற்றப்பட வைத்து, இவரின் மேல் இதுவரை இருந்த நல்லெண்ணங்களை தவிடு பொடியாக்கி விடுமோ என படபடக்க வைத்து கவிதை அடிகளை ஒன்றன்பின் ஒன்றாக படித்து எதையோ எதிர்பார்த்துக் கடக்கும் நமக்கு,

புத்தகமாய் வரம் எடுத்தேன்
உன் கரம் படத்தான்
சத்தமிடாமலே சாதிக்க வைப்பேன்
உன்னை இமயம் தொடத்தான்

என புத்தக காதலி வா காதலனே வா என அழைக்கும் போது
மனம் பதற்றத்தில் இருந்து மீள்கிறது

புத்தகப் புரட்டு எனும் கவிதையை படிக்கும் வாசகனை
பேச்சாளனாக சாதனையானனாக புரட்சியாளனாக மாற்றும்
என்பதில் சந்தேகம் இல்லை.

இளநிலை கணிதம் பயின்று பள்ளிக்கல்வித்துறையில்
தட்டச்சராக பணிபுரியும் கவிஞர் வேலுமதி அவர்கள், தமிழில்
புலமை பெற்று தான் வாழ்ந்த ஊரையும் உறவுகளையும்
மிகவும் நேசித்து கவி பாடி இருப்பது சிறப்பு. கற்பனையின்
துணை கொண்டு அவருடைய எண்ணங்களை
கவிதையாக வடித்து பெற்றோருக்கு சமர்ப்பித்து நன்றியின்
வெளிப்பாடு.

தமிழ் கூறும் நல்லுலகம் ஒரு நல்ல கவிஞனை வேலுமதி
என்ற பெயரில் உலகிற்கு ஈந்துள்ளது.

மழை எனக்குப் பிடிக்காது என்ற முரண்பட்ட தலைப்பில்
கவிதை நூல் தந்த வேலுமதியை அவரின் கவிதைகள்
வாயிலாக நமக்கு மிகவும் பிடிக்கிறது. கவிஞர் மேலும் பல
நல்ல நூல்களை தந்து வருங்கால சமுதாயம் நலமாக
வாழ்ந்திட உளப்பூர்வமாக வாழ்த்துகிறேன்.

கபிலன் என்ற பெயர் வைத்ததினாலோ என்னவோ தமிழ் மீது அதிக உணர்வும் கவிதையின் மீதும் எழுத்தின் மீதும் பற்றுக்கொண்டு அவ்வப்போது தோன்றும் கவிதைகளை எழுதத் தொடங்கினேன்.

கல்லூரியில் படிக்கும் வரை பெரிய அளவில் கவிதையின் மீது ஈடுபாடு எதுவும் கிடையாது.

ஆனால் செய்தித்தாள் வாசிக்கும் பழக்கம் என்னிடம் அதிகம் இருக்கும். கிடைக்கும் நேரம் எல்லாம் செய்தித்தாள்களில் வரும் சிறுகதைகள், கவிதைகள் வாசிக்கும் பழக்கம் எனக்கு ஏற்பட்டது.

போட்டித் தேர்வுக்கு படித்துக் கொண்டிருந்த எனக்கு, பள்ளி புத்தகங்கள் இடம் பெற்ற கவிஞர்கள் மற்றும் எழுத்தாளர்களின் படைப்புகள் என்னை பெரிதும் கவிதை பக்கத்தின் மீதும் எழுத்துக்களின் பக்கத்தின் மீதும் அதிகம் உந்தி தள்ளியது. 22 வயதிலிருந்து கவிதைகளை வாசிக்க ஆரம்பித்தேன் 23 வயதிலிருந்து கவிதை எழுத ஆரம்பித்தேன் 25 ஆவது வயதில் ஒரு புத்தகத்தை படைத்திருக்கிறேன் என்பதை நினைத்துப் பார்க்கும் போது ஒரு தாய் முதல் குழந்தையை பெற்றெடுத்தது போல உணர்கிறேன்.

தமிழன்னையின்
எச்சத்தின் மிச்சப் பார்வையால்
எழுத விழைந்த கத்துக் குட்டி கவிஞன் நான்.

தமிழைப் பொறுத்தவரை புலமை வாய்ந்த கவிஞன் என்று என்னை நான் ஒருபோதும் நினைத்ததில்லை. 50 வயதானாலும் தமிழைப் பொறுத்தவரை நான் ஒரு கத்துக்குட்டி தான்.

சாதாரண ஏழை சம்சாரி வீட்டில் பிறந்த நான் எனது அனுபவங்களையும் ஏக்கங்களையும் என் எண்ணத்தில் தோன்றிய கற்பனையின் துணை கொண்டு, இந்த கவிதை தொகுப்பை எழுதி முடித்திருக்கிறேன்.

கவிஞர் ஐயா சேவு முத்துக்குமார் அவர்களை எனது உறவுக்கார தம்பி லெனின் குமார் அவர்கள் மூலம் கேள்விப்பட்டேன். ஊருக்கு வரும்போதெல்லாம் தனக்கு சொல்லிக் கொடுக்கும் தமிழாசிரியரை என்னிடம் வந்து அசை போட்டுக் கொண்டே இருப்பான். ஒரு ஆசிரியர் என்ற இலக்கணத்திற்கு ஒரு சிறந்த உதாரணமாக அவரை எப்போதும் சொல்லிக் கொண்டே இருப்பான்.

கவனக்கலை மன்றத்தின் மாவட்ட பொருளாளராக உள்ள ஐயா சேவு முத்துக்குமார் அவர்கள் தமிழ் ஆசிரியர் என்பதையும் தாண்டி மாணவர்களுக்கு நிறைய கலைகளை ஊக்குவித்தும், அவர்களுக்கு வழிகாட்டியாகவும் இருந்து நிறைய பேரை உருவாக்கிக் கொண்டிருக்கிறார் என்பதை இணையதள மூலமாகவும் எனது தம்பியின் மூலமாக அறிந்து அவரிடம் அணிந்துரை வாங்குவது என்று எண்ணி அவரிடம் அணிந்துரைக்கு அனுப்பினேன்.

மழை எனக்குப் பிடிக்காது என்ற கவிதை தொகுப்பு வடிவிலான எனது முதல் நூலிற்கான அவரது அணிந்துரையை படித்து எனது கண்கள் கலங்கி விட்டது. அவரிடம் இருந்து இந்த அணிந்துரை வாங்கியது பெரும் பாக்கியமாக எண்ணுகிறேன்.

எழுத்துலகில் படைப்பாளியாக தான் பட்ட இன்னல்களை வரும் தலைமுறை எழுத்தாளர்கள் படக்கூடாது என்று இளம் எழுத்தாளர்களுக்கு சிறந்த தளம் அமைத்துக் கொடுத்து உதவி கொண்டிருக்கும் ஏலே பதிப்புகத்திற்கும் அதன் நிறுவனர் சகோதரர் கவிஞர் மொழி அவர்களுக்கும் ஏழை பதிப்பகத்தின் குழுவிற்கும் என் நெஞ்சை உருக்கிய நன்றிகளை தெரிவித்துக் கொள்கிறேன்.

எத்தனையோ இன்னல்களுக்கு மத்தியிலும் என்னை வளர்த்து ஆளாக்கிய என் பெற்றோர்களுக்கு இந்த நூலை சமர்ப்பிக்கிறேன்.
மேலும் படைப்புகள் தொடரும்....

நன்றி !

பொருளடக்கம்

1. புன்னகையை புசித்தவள் !

கனல் அடுப்பு ஊதி
என் பசித் தீ அணைத்தவளே !
புனல் மட்டும் மீதி உண்டு
என் புன்னகையைப் புசித்தவளே !

தாது காக்கும் தேனீ போல
என்னை தத்தி தத்தி நடக்க வச்சே !
என் பால்வாசம் நீ ருசிக்க
முத்தமிட்டு மூச்சு விட்டே !

புடுச்சா என்று நீ சொல்லும் போது
என் கண்ணு உன்ன ரசிக்கும்
எனை விட்டு நீ தூரம் சென்றால்
என் அழுகை உன்ன அழைக்கும்

கரும்பா நா மொழி பேச – தினம்
எறும்பா நீ உழச்ச
இரும்பா என் தேகம் மாற
துரும்பா நீ இளச்ச

எனக்கு கண்ணுபட போகுதுன்னு
கருப்பன் கோயில் சுத்தி வந்த
கருவ முள்ளு குத்துச்சுன்னு
காத்து சூறாவளியா மிதந்து வந்த

அடிக்கும் காற்றும் வேலியானது
தாயே உன்னோட சேலை
நான் படிக்கும் கல்விக்கு கூலியானது
தாயே நீ பார்த்த வேலை

ஊர் பிரச்சனையில்
என் பேரும் சேர்ந்திருக்கும்
என் மகன் உத்தமன் என்று
கூட்டத்தில் உன் குரலும் உசந்து நிக்கும்.

****

2. கருப்பு நிறத்தழகன் !

அகராதியிலே சொல்லெடுத்து
அஞ்சுவரி நான் தொடுத்து
அப்பனுக்கு எழுதி வச்சேன்
அது அப்ப அப்ப நான் படுச்சேன்

அஞ்சுவரி போதாது
அகத்தியராலும் முடியாது
என் அப்பன் பட்ட பாட்ட
பாட்டா எழுத பக்குவந்தான் பத்தாது

வயிற்றில் இருக்கும் போதே
வரம் ஒன்னு வாங்கி வந்தேன்
கயிற்று துளியிலே நான் ஆடவில்லை
அவன் தோளிலயே தூங்கி வளந்தேன்

தொப்புள் கொடி அவன் அறுக்கவில்லை
தோழனாகவும் அவன் இருக்கவில்லை
அப்பாகவே மட்டுமே அவன் இருந்தான்
உப்பாகவே அவன் உரஞ்சான்

கருப்பு நிறத்தழகன் – அவன்
கருவ முள்ளு கோவக் காரன்
கருதும் விளஞ்சிடுமே
கலப்பையில் அவன் கரங்கள் பட்டால்

வானம் பாத்த பூமியில
இங்கு பேயாது மும்மாரி
விளச்சல் ஒன்னே வேணும்முன்னு
இவன் மனம் மாறாத சம்சாரி

அடிப்பதிலும் அணைப்பதிலும்
என் அப்பன் போல யாரு இருக்கா
ஆண்டவனாலும் முடியாது
என் அப்பன் போல பாத்து இருக்க...

****

3. மூத்த அண்ணன்

அப்பாவின் சாயலில்
தப்பாமல் பிறந்தவன்
நிறத்திலும் குணத்திலும்
அப்பாவுக்கு இணையானவன்
எனக்கு துணையானவன் !

அப்பாவுக்கு பிறகு
அதிகம் அடித்தவன்
அம்மாவிற்கு பிறகு
அதிகம் அணைத்தவன்

புத்தகப்பையுடன்
உப்பு மூட்டையாய்
என்னை புறமுதுகில்
சுமந்தவன் !

என் வாழ்க்கை சிறக்க
நான் மேலே பறக்க
அவன் கனவை
துறந்தவன் !

****

4. இளைய அண்ணன்

என்னை மடியில் மறைத்து
மார்பில் அணைத்து
பசி அகற்றும் போது
ஏக்கத்தோடு நீ பார்த்ததாக
அம்மா சொன்னார்

காலம் போட்ட தாளத்தில்
பாவம் நீயும் நானும்
அன்றே பங்காளிகளாகிவிட்டோம்

நீ தின்னையையும்
நான் உன்னையும்
பிடித்து நடக்கும் போது கூட
பிடிவாதம் கொள்வாய்,
என்ற போதிலும்
எப்போதும் என்னை
புறம் தள்ளியது இல்லை!

உருவத்தில் என்னை ஒத்திருப்பதால்
உடை மாற்றி போடுவதில்
உலகப் போரே நமக்கு நடக்கும்

உனக்கும் எனக்குமான
சண்டைகள்
இந்த ஊரில் ஒருவனும்
போட்டது இல்லை

எனக்கு ஒன்று என்றால்
உன் உதிரம்
ஒருபோதும் உறங்கியதில்லை

இப்போதும் மட்டுமல்ல
எப்போதும் தொடர்வோம்
பங்காளிகளாக அன்போடு !

****

5. எச்சில் முத்தம்

இந்த கவிதை தங்கை இல்லாத கடைசிப்
பையனின் ஏக்கம்!

எப்பம்மா நீ வருவ
எச்சில் முத்தம்
எனக்கு எப்ப தருவ!

ஆணென்று பாராமல்
அழகாக சடை எடுத்து
அடுக்கு மல்லி பூத் தொடுத்து
அன்னமே நீ வாடி என
இம்சை கொடுக்குறா
நம் ஆத்தா !

இப்பதான் நீ வருவ
இன்னொரு நாள் நீ வருவ
இந்த இம்சைகள் குறையுமுன்னு
இதயத்தை இறுக்கித் தான் வச்சுருக்கேன்

இந்தக் கணம் நீயும் வந்தால்
சிரிச்சு தான் விழுந்துடுவே
இதயுமே நீ பாத்தா !

எப்பம்மா நீ வருவ
எச்சில் முத்தம்
எனக்கு எப்ப தருவ !

என் கரம் பிடித்து
சாலையிலே நீ நடக்க
வரம் எடுத்து சோலையாக
காத்துக் கிடக்குது மனது !

நிலாச் சோறு உனக்கு ஊட்ட
நிலவையும் கைது
பண்ணி வச்சுருக்கேன்
நிலவும் போதாது என்று
நீயும் தான் அடம்பிடிப்ப
நட்சத்திரங்களையும்
கைது பண்ணி வச்சுருக்கேன் !

எப்பம்மா நீ வருவ
எச்சில் முத்தம்
எனக்கு எப்ப தருவ!

ஆத்தா போல பொன்னியோ
அப்பன் போல கருப்பியோ
இல்ல ரெண்டு சேர்ந்த
பொன் கருப்பியோ!

எதுவாயினும் பரவாயில்ல
சீக்கிரம் நீயும் வாடி
தங்கச்சின்னு பேரு சொல்ல

ஆலம் விழுது போல
தூளி கயிறு ரெண்டு முனை
துடிக்குதடி
செல்லமே நீயும்
வேகமா பறந்து வாடி

எப்பம்மா நீ வருவ
எச்சில் முத்தம்
எனக்கு எப்ப தருவ!

என்னைக்குமா தங்கச்சி
வந்து பிறப்பா
என் மடியில
வந்து இருப்பா
என்று ஆத்தாள நான் கேட்டேன்

பத்துக்கே ரெண்டு மாதம் இருக்குடா
பக்குவமா வந்து பிறப்பாடா
என்று தாயி சொல்ல

எட்டுல வந்து பிறக்க
ஏதாவது வழி இருக்கா
என்று நானும்
கேட்டேன் மெல்ல

பொட்டுன்னு தலையில அடுச்சு
போட போக்கத்தவனே
என்று சொன்னான்
நம் அப்பன்

கண்ணீரால் அழுது
கண்ணங்கள் ஈரமான கதை
அடுத்த நாள்
அந்தி வரை நீண்டதடி!

எப்பம்மா நீ வருவ
எச்சில் முத்தம்
எனக்கு எப்ப தருவ !

காலம் தாழ்த்தி வந்தாலும்
எம் கரம் சேரு
அது போதும் எனக்கு !

****

6. நீ தான் அம்மா!

அம்மா நீ தான் !

அடிவயிறு தான் வலிக்க
அய்யயோ நீ துடிக்க
அவசரமாய் நான் பிறக்க
எத்தனையோ வலிகளை
எனக்காக பொறுத்தவள்
நீ தான் !

உருண்டை மீசை ஒன்றை
என் கன்னத்தில் வரைந்து
எண்ணத்தில் குடி கொண்டவள்
நீ தான் !

உதட்டு எச்சிலால்
என்னை குளிப்பாட்டிய
முத்தக்காரி நீ தான் !

நான் முதல் முத்தம்
கொடுத்த சொந்தக்காரி நீ தான் !

தொட்டில் ஆட்டும் நேரம்
என்னை தோரணையாக
வர்ணித்த
பெண்பாற் புலவர் நீ தான் !

பள்ளி செல்லாமலும்
புத்தகம் படிக்காமலும்
எனக்கு பட்டங்கள் கொடுத்த
பல்கலைக் கழகம்
நீ தான் !

நான் பேசிய முதல் மொழியை
ஊராரிடம் சொல்லி
செம்மொழி மாநாடு
நடத்தியவளும் நீ தான் !

தூரிகை இல்லாமலும்
வண்ணச் சாயம் இல்லாமலும்
நான் பிறக்கும் முன்னே
என்னை வரைந்தவள்
நீ தான்!

வலிக்காமல் என் விரல் நகம்
கடித்தவள்   நீ தான்!

முகம் சுளிக்காமல்
என் மூத்திர துணிகளை
வெளுத்தவளும் நீ தான்!

வராத சந்திரனை
வரவழைத்து
வாயில் சோறு ஊட்டியவள்
நீ தான்!

நிலாவைக் காட்டி
நித்திரை உருவாக்கி
என்னை முதலில்
ஏமாற்றியவளும் நீ தான்!

மார்கழி பனிக்கு
மார்புக் கூட்டில் பதித்து
மத்தாப்பு வெப்பம்
கொடுத்தவள் நீ தான் !

எனக்கு முன்
என் அப்பனையும்
என் அப்பனுக்கு பிறகு
என்னையும் முந்தானையில்
மறைத்தவள் நீ தான் !

இந்த பாமரனை பெற்றவளும்
நீ தான் !
என்னை பம்பரமாய் சுற்றியவளும்
நீ தான் !

****

௭. கல்நெஞ்சக் காரன்

பிஞ்சு வயதில் என்னை
கொஞ்சி விளையாடிய கைகளும்
என் பொக்கைச் சிரிப்பைக் காண
மொழியறியா என்னிடம்
வழியறியாமல்
கெஞ்சிய மனதும்
நான் வளர வளர
விலகி நின்ற விந்தை என்ன?

என் தந்தையே
உன் சிந்தையிலே
என்ன தோன்றியது
தெரியலயே!

நீ கொஞ்சியதும்
கெஞ்சியதும்
தாய் சொல்லி
நான் அறிந்தேன்

தகப்பன் பாசம்
இது தானோ என்று
மெல்ல மெல்ல
நான் புரிந்தேன் !

தாய் அன்பும்
தகப்பன் அன்பும்
ஒருசேரக் கிடைச்சா
உதவாக்காரன் ஆயிடுவானா
என்று எண்ணியா
நீ விலகியிருந்தே !

ஒவ்வொரு முறை
என்னை நீ கண்டிக்கும் போது
உன் மீது கோபம் வரும்
பொல்லாத எரிச்சல் வரும்

இப்படி அடிக்கிறானே
இவனா என் அப்பன் ? என்று
இல்லாத கெட்டாத வார்த்தை
இதயத்தில் தோன்றிடும்
உதட்டில் தோன்றிடும்
ஊமையாய் மறைந்திடும்

அழுகவும் தெரியாது
சிரிக்கவும் தெரியாது
இவனா என் அப்பன்
இவன் கல்நெஞ்சக்காரன் !

கல்லிலா நீர் வடியும்
கடப்பாறையிலா பூ மலரும்
என்று எண்ணிய
என் செவிகளுக்கு

செருப்பால அடிச்ச மாதிரி
சேதி ஒன்னு நான் அறிய
செங்குருதி துடித்தது !

அந்தி வேலையிலே
அடுத்து தெரு
நான் போகையிலே
அப்பன் தோழன் ஒருவன்
அப்படியே வழி மறச்சான்

படிப்பு தலையிலேறி
பட்டங்கள் நீ சுமக்க
கஷ்டங்கள் சுமந்தவன்டா
உன் அப்பன்

இஷ்டத்துக்கு செலவு செய்யாதே
உனக்குன்னு சேத்து வைடா என்று
நான் சொல்ல
இஷ்டமே என் மகன் தான்
என்று சொன்னான்டா
உன் அப்பன்

சொல்லிய அடுத்த நொடி
சொருகிய அம்பொன்று
இதயத்தை கிழிச்சது
இருதயம் துடிச்சது

நீ திட்டி திட்டி என்னை
செதுக்கிய வார்த்தைகள் யாவும்
செவிகள் உணரலையே!

திட்டியது தெய்வம் என்று
எந்த தெய்வம் கூட
வந்து சொல்லலேயே

கட்டெறும்பு போல
காடு மேடு நீ உழச்ச
காசையெல்லாம்
கரியாக்கிய இந்த
கயவனுக்கு தெரியலையே
அச்சிட்ட பணக்கெட்டுகள் போல

என் வாழ்க்கை மாற
சில்லரை காசுகளாய்
உன் சிரிப்பை
குறைத்துக் கொண்டாய்!

கடைசி மூச்சு உள்ளவரை
கலங்கரை விளக்கமாய்
ஒளி தந்தாய்!

நாங்கள் சிட்டுக் குருவிகளாய்
சிறகடிக்க
துறவி வாழ்க்கை
நீ வாழ்ந்தாய்!

எத்தனையோ வரிகளை
என்னால் இப்படி
எழுத முடியும்!

இத்தனையும் காண
நீ இங்கு இல்லையே!
பட்டு தெரிஞ்சா தான்
பண்பு பிறக்கும் என்று
பாதியிலே போனீரோ ?

****

௮. மழை எனக்கு பிடிக்காது

எங்கெங்கு ஓட்டை என்று
எண்ணிக் காட்டியது
வீட்டில் ஒழுத மழை

பத்துக்கும் மேற்பட்ட
இடத்தில் ஒழுத
மழையை பிடிக்க
பாத்திரம் ரெண்டு
பற்றாக்குறை !

மளிகை வாங்கி வந்த
பாலீத்தின் பைகளை
எங்கள் அம்மா
சேர்த்து வைத்தக் காரணம்
அப்போது தான் தெரிந்தது
கொத்தனார் போல
ஆங்காங்கே பைகளை
வைத்து முலாம் பூசிக்
கொண்டு இருந்தார்
எழுத கூரையில் ...

என் அம்மா முற்றத்தல்
தண்ணீர் தெளிக்கவில்லை
மாறாக வீட்டிற்குள்
தெளித்து விட்டார் என்று
எண்ணிக் கொண்டேன்

காகிதக் கப்பல் கூட
விட முடியாமல்
நனைந்து விட்டது
நோட்டுப் புத்தகங்கள்

மழை வேண்டி எல்லோரும்
நிலாச் சோறு எடுத்தார்கள்
நான் வேண்டவே இல்லை
வீட்டிற்குள் இருந்து
நிலவை பார்த்தபடியே
படுத்துக் கொண்டு இருந்தேன்

குடையில் தவறி
அம்மாவின் முடியில் விழுந்து
முகத்தில் வந்து துளிர்த்தது
முத்து மழை!
டிங் டிங் என்று
பாத்திரத்தில் தாளமிட்டது
மிச்ச மழை!

மழையில் ஒன்று மட்டும்
எனக்கு பிடித்தது – நான்
மலை அருவியை கண்டதில்லை
அது கூரை அருவியை
கூட்டி வந்தது.

****

௯. கத்துக்குட்டி கவிஞன்

பேனா உதறு

பேப்பர் கசக்கு

இரவை நேசி

இன்பத்துப்பால் தேடு

தூக்கம் தொலை

மூளையை விட்டு விடு

மனதை தொந்தரவு செய்

திறக்கவில்லையா மண்டியிடு

பொய்கள் பேச கற்றுக் கொள்

பொறாமை கொள்

பேனாவிடம் புறம் பேசு

தனியாக சிரி

யாருக்கும் தெரியாமல் ரசி

பேருக்கு ரெண்டு உண்மைகளை
இடையில் சொருகு
அதிக தூரம் பயணம் செய்

பறவையை நேசி
பறவையாய் மாறு
பெண்ணியம் தேடி
பெருமை கொள்

காதல் முதல்
காமம் வரை
உன் எழுத்துக்களை
பயணம் செய்ய வை

பதத்தில் பஞ்சம்
என்ற ஒன்றை
பக்கம் வர விடாதே

குவளை தேநீர்
சன்னல் மழை
இதமான பாட்டு
பிறகு என்ன நீயும் கவிஞன் தான் !

****

௰. ஏழை வீட்டுத் தீபாவளி

ஐப்பசி தொடங்கியதிலிருந்தே
ஐ தீபாவளி என்று
தேதி அட்டையில்
நாட்களை எண்ணும்
நல்ல வசதியான
பையன்கள் மத்தியில்,

ஏதோ தீபாவளி என்று
ஏக்கத்தோடு
நாட்களை கடத்தும்
சம்சாரி குடும்பத்தை
சார்ந்தவன் நான் ...

இன்னும் பத்து நாளு
இருக்கும் போதே
பக்கத்து வீட்டில்
பக்கத்து தெருவில்
பளார் என்று
பட்டாசு சத்தம்
செவிகள் நுழைந்து
செரிமானம் ஆகாமல்
செழிப்புடன் வளரும்
அந்த சப்தம்

நாட்கள் நெருங்க நெருங்க
நிதம் பலம்
புத்தாடை புது சொந்தம்
என நிதானம் இன்று
நிரம்பி வரும்
எங்கள் ஊரின்
அரசு பேருந்து

அய் அப்பா
சாட்டை வெடி
சங்கு சக்கரம்
கலர் கலர் வான வெடி
கம்பி மத்தாப்பு என்று

கத்திக் கொண்டே
விளையாடிக் கொண்டிருந்த
பசங்க பின்னங்கால் பிடரியில்
படாத குறையாக ஓடுவார்கள் ...

அன்றும் கூட
அப்பாவுக்கு
வயலில் வேலை முடித்து வர
ஏழு மணி ஆகும்

வெடின்னு
அம்மாவின் முந்தானையை
பிடித்துக் கொண்டு
மூச்சு விடாமல் சொல்லுவேன்
அப்பா வாங்கிட்டு
வருவாருடா என்று
அம்மா ஆறுதல் சொல்ல
அடங்க மறுத்த மனம்
அலை பாயும்,

வயலுக்கு உரம் போட
காசு இல்லாத மனுசன்
வட்டிக்கு கடன் வாங்கி
வான வெடி வாங்கி வந்தார்
மகன் வெடித்த பிறகு
மாடு விரட்ட உதவும் என்று

அண்ணன் ரெண்டு பேருக்கு
அவுட்டு பாக்கட்
கடைக்குட்டி எனக்கு
கம்பி மத்தாப்பு
வாங்கி வந்தாரு...

கலர் கலர் சட்டை எடுக்க
கையில் காசு இல்லாத
மனுசன் மனசு கல்லாச்சு
கண்ணு ரெண்டும் குளமாச்சு

மனசு தான் நிறையல
மயன் வயிராவாது
நிறையட்டும் என்று
வாழ்க்கா உலுந்து என
கலந்து கொண்டு
வாங்கி வந்தாரு

தீபாவளி காலைல தீர்ந்து போக
வெடிக்காத சீனி வெடிகளை
பொறுக்கி வந்து
எரியும் அடுப்புல
கங்கு எடுத்து கொண்டு
திரிபடும் படி
வைத்துவிட்டு ஓடி விட

எரியாத ஒன்று ஏமாத்த
பக்கத்துல போயி
படுத்துக்கொண்டு
ஊதி விட்டேன்

வெடிக்காத பாதி வெடி
திடிரென்று வெடிக்க
கண்ணு இமை கருகி போச்சு

பெத்தவ துடிச்சு வர
பெத்தவனும் ஓடி வர
பெருசா ஒன்னும் இல்ல
என்று தெரிந்த பின்னர்தான்
பெருமூச்சு வந்தது

வெடிக்கிறதுல தான்
விசேஷம் என்று
போட்டி போட்ட
எங்க ஊரு பசங்க முன்னாடி
வென்றி பெற

வெடித்த வெடி குப்பைகளில்
யாருக்கு அதிகம் என்று
தீர்மானம் இருக்க

தெருவில் வெடித்த குப்பைகளை
தேடி பிடித்தும்
பழைய செய்தி தாள்களை
கிழித்து எடுத்தும்

எங்க வீட்டு வாசல் முன்பு
பரப்பி விடுவோம்
நானும் அண்ணனும்

அடுத்த நாளு
மீதம் உள்ள வெடிகள்
அடுத்த தெருவில் வெடிக்க

அண்ணாந்து
பார்த்துக் கொண்டே
ஓடுவோம்

அப்போதும்
பார்வையாளராகவே
பார்த்து விட்டே
வீடு திரும்பும்
எங்கள் மனதில்

"ச்சே இதுக்கு நரகாசுரன் சாகாமலே
இருந்திருக்கலாம் "

என்று ஏக்கத்தோடு முடியும்
ஏழை வீட்டுத் தீபாவளி!

****

11. அடையாளம்

அடையாளம்

நெற்றியில் இட்ட திலகம்
இப்போது
வகுடெடுத்த முடிக்கிடையில்
வசிக்கிறது
ஆம் அவள் திருமணமானவள் தான் !

கைவிரலில் இருந்து
இப்போது
வெள்ளி மோதிரமாய்
கால் விரல்களில்
நுழைந்திருக்கிறது
ஆம் அவள் திருமணமானவள் தான் !

தங்கம் போல
தடித்த கயிறு ஒன்றை
தாங்கி கொள்கிறது கழுத்து
ஆம் அவள் திருமணமானவள் தான் !

முன்பெல்லாம் சுடிதாரில்
அதிமாக வந்தவள்
தற்போது
சேலையில் அதிகமாக வருகிறாள்
ஆம் அவள் திருமணமானவள் தான்

நெற்றியில் இட்ட திலகம் இல்லை
தங்கம் தாங்கிய கயிறு இல்லை
விரலில் ஊட்டிய மெட்டி இல்லை
சுடிதார் அறவே இல்லை
கைக்கு வளையல் இல்லை
ஆம் அவள் திருமணபந்தம் இழந்தவள் தான்

வாழ்க்கை துணையை
இழந்த பின்னும்
வாழ்கிறது
இந்த அடையாளங்கள்
ஆம் அவள் திருமணபந்தம் இழந்தவள் தான்

விபூதி என்ற
வெள்ளைத் திலகம் மட்டும்
வாழ விழைகிறது
வாழ்க்கையில்
ஆம் அவள் திருமணபந்தம் இழந்தவள் தான்

வாழ்க்கை துணையை ஏற்றாள்

இத்தனை அடையாளங்கள்
வாழ்க்கை துணையை இழந்தாள்
இத்தனை அடையாளங்கள்

அக வாழ்க்கை ஏற்ற ஆணுக்கோ
அரிதாய் கூட
அடையாளங்கள் இல்லை
அடையாளத்தில் வாழ்கிறது இன்னும்
ஆதிக்கம்

****

12. திருநங்கை

குரோமோசோம் பிரிதலில்
குறைபாடு தானே தவிர
குணத்தில் எந்த
குறையும் இல்லை

எந்த திருநங்கையும்
வசதிக்காக திருடியாதாக
கொலை செய்ததாக
வரலாறும் இல்லை

வாலிபத்தில் வயதில்
வந்த பெண்மையின்
உணர்ச்சியை கொண்டாட
சிறிது வெகுமதியின்
தேவைக்கு மட்டுமே
சில தேடல் பயணம்!

பிறப்புறுப்பில் பேதம்
பார்த்து தானே
பெண் ஆண் என்று
அடையாளம் செய்கிறோம்

அறுவை சிகிச்சைக்கு பிறகு
அங்கத்தை
ஆடை மறைத்து விடுகிறது
இதில் எதற்கு
இத்தனை கிண்டல்

பெற்றவர்களுக்கும்
புரியவில்லை
கற்றவர்களுக்கும்
புரியவில்லை
என்று குமுறாத
எந்த திருநங்கையும்
இங்கில்லை

தாய்மையை
கொண்டாடிய யாவரும்
தங்கையாகவோ
தமக்கையாகவோ
ஏற்பதில்லை

விதி விலக்காக இவர்களை
கரம் கோர்க்கும்
கணவர்களை
ஆண்மை இல்லாதவன் என்று
அடையாளப் படுத்த
விழைகிறது மக்கள் கூட்டம்

கைத்தட்டி பிச்சை எடுக்கிறார்கள்
என்று அனைவரும்
கை காட்டி பேசுகிறார்களே தவிர
கையேந்தும் இந்த கைகளுக்கு
எந்தக் கடையிலும்
கொடுப்பதில்லை வேலை!

நாட்டிய பெண்ணாக
நாட்டின் தலைமை நீதிபதியாக
நாளும் ஒரு திருநங்கையின்
சாதனை நிகழ்ந்து கொண்டிருக்க
நடு வீட்டில் வைத்து
வாழ்த்தக் கூட வேண்டாம்
நங்கை உணர்ந்த இவர்களை
நகைத்துப் பேசாமல்
இருந்தால் போதும் ....

****

13. எனது கிராமம்

எத்தனையோ அதியங்கள்
உலகினிலே
காணத்தான் வேண்டும்
என் ஊரினிலே

வாருங்கள் கேட்கலாம் ம்ம்
இங்கு இருந்து கொண்டே
சொர்க்கத்தைப் பார்க்கலாம்

வயலில் நடந்து சென்றால்
வண்டுகளும் நண்டுகளும்
அதன் கூட்டுக்கு
அழைத்துச் செல்லும்

வெயிலில் ஒளிந்து கொண்டு
தவளைகள்
நீர்த் திவலைக்குள்
மறைந்து கொள்ளும்

மேனி கருத்த உழவன்
மேழி கொண்டு
மேட்டை உழுவான்

ஏணி பிடித்து ஆதவன்
உழவன் ஏக்கம் துடைக்க
சீக்கிரம் எழுவான்

நயனங்களில் எல்லாம்
நங்கூரமாய்
மாறாத பசுமை நிறங்கள்

அள்ளி உடுத்தி கொள்ள
ஆசை கொள்ளும்
நமது கரங்கள்

ச்சே சொர்க்கத்தில் கூட
கிடைக்காது
இத்தனை வரங்கள்

சொல்லும் போதே
ஆசையில் மிதக்காதீர்கள்
கொஞ்சம் பொறுங்கள்

இன்னும் இருக்குது
எத்தனையோ
ரகங்கள்

வாருங்கள்...
வாருங்கள்...
மெல்ல வாருங்கள்...

வண்டு இனங்கள்
ஊடல் கொள்ளும்

அதன் ரீங்காரம்
மெட்டுக்களாய்
பாடல் சொல்லும்

ரசித்துத்தான்
பாருங்களேன்
மனம் கரைவந்த
மீனாய் துள்ளும்

கெளுத்தி மீனும்
கெண்டை மீனும்
சிறுவனின் தூண்டிலில்
மாட்டிக் கொள்ள
ஆசை கொள்ளும்

அடங்காத சிறுவர் உள்ளம்
மீனை பிடிக்க
மண் புழுவாய் உருளும்
நீண்ட ஆசை கொண்ட
பிஞ்சு உள்ளம்
நீந்திக் கொண்டு
கொக்கு பிடிக்க முயலும்

இது என்ன
பிஞ்சு வெள்ளம்
வேகத்தில் தோற்றே போகும்
எந்த ஒரு புயலும்

களனி விளைஞ்சு
கதிர் அறுவடைக்கு
காத்திருக்கும்

என்னை அறுத்து
எடுத்துக் கொள் என்று
தரையிலேயே படுத்திருக்கும்

அறுத்து வந்த
கதிர்கள் எல்லாம்
எருது ரெண்டு
அடுச்சு நொறுக்கும்

எந்திரத்துக்கம்
கண்ணு ரெண்டு இருந்தால்
பார்த்தே மிரண்டு
போயி நிற்கும்

உலுப்பிய வைக்கோல்
காயுமே கொள்ளையிலே
சிறுசுகள் அதில்
தாவிக்குதித்து துள்ளையிலே
தகப்பன் விரட்டி
வருவான் எல்லையிலே !
இத்தனை மோகத்தையும்
நான் சொல்லயிலே !
யாருக்குத்தான் ஆசை வராது
இதை கேட்கயிலே !

குளிர்நத காற்று
உடல் சூட்டைத்
தணிக்கும்

விளைந்த நாற்று
களத்து மேட்டை
நிறைக்கும்

'அ' அம்மா என்று
கத்தி சொல்லும்
பள்ளி கூடங்களும்
அதன் சத்தம் கேட்டு
தலையசைக்கும்
பசுக் கூட்டங்களும்
இளமை மாறா
பசுந் தோட்டங்களும்

அருகருகே
அமைந்திருக்கம்
அன்பெல்லாம்
நிறைந்திருக்கும்

வெஞ்சனம் இல்லாம
வெறும் வயிற்றில்
கிடந்தது இல்ல

வஞ்சகமே இல்லாம
வந்து உதவும்
உறவ சொல்ல
அகராதியிலே வார்த்தை இல்ல

அப்பப்ப ஊர்ச் சண்டைகளும்
அதைத் தீர்த்து வைக்கும்
சொந்தங்களும்
மாறாது எந்நாளும்
மாறாது என் கிராமம்

****

<h1 style="text-align:center">14. வாழை மரம்</h1>

❖ தன்னை வெட்டி
வீழ்த்தியவரையும்
வரவேற்கிறது
வாழை மரங்கள் !

<h1 style="text-align:center">15. செவிலித் தாய்</h1>

தாய் வயிற்றியிலிருந்து
தரணி தொடும் முன்னே
தாங்கி பிடித்தவள்

கண நேரம் தான் – அவள்
கையில் இருந்தாலும்
என்னுடைய முதல்
மெய்த் தீண்டல்
அவளுடையது

என் செவிகள் கேட்ட
முதல் அன்னை மொழி
அவள் தாலாட்டு

பூமியில் நாம்
இன்னும் பூக்களாய்
பூத்துக் கொண்டிருக்க
நம்மை வரவேற்ற
முதல் உறவு

****

۱٦. செல்வாக்கு

பேருக்கு
பின்னால் நிற்கும்
நூறு நண்பர்களைக் காட்டிலும்
உனக்கு பின்னால்
புறம் பேசாத
ஒருவனை சம்பாதித்தால்
நீ செல்வாக்கு
உள்ளவன் தான்

௧௭. ஆசிரியர் தினம்

படிக்கும் வயதில்
பாதகன் போல
தெரிந்தார்
பருவம் முதிர்ந்து
பாதை தேடும் போது
ஆதவன் போல
தெரிந்தார்

தடித்த கம்பால்
அடித்தவர் தான்
படித்த வரைக்கும்
பாவியாய் தெரிந்தார்

பல காலம் கடந்து
பயணத்தில் பார்த்தால்
பல் இழந்த
அதே பாவி தான்
மேதாவி போல தெரிந்தார்

ஊன்றுகோல் கொண்டு
தள்ளாடி வந்த அவரை
மன்றாடி தாங்கி பிடித்தேன்

ஐயா
நல்லா இருக்கீங்களா
என்று கேட்க
யாரப்பா நீ என்று
மறு கேள்வி கேட்க

பாடம் ஒழுங்கா
படிக்கலன்னு
பச்சை மட்ட வச்சு
அடிச்சு பாதம் கிழிஞ்சு போயி
பாதி நாளு பள்ளிக்கு வராத
பாண்டியன் தான் நானு
என்று சொல்ல

மெல்ல பக்கம் வந்து
என்ன கண்ணா
இப்ப என்ன பண்ணுற
என்று கேட்க

பட்டம் முடிச்சு
பட்டதாரி வேலை
பாக்கறேன்
என்று சொல்ல

ஆரடியில் ஆள அடுச்ச
அந்தக் கை
அரவணைக்கும் என்று
அந்த நொடி
நானும் நினைக்கல

சுருங்கிய கன்னம்
மலர்ந்த பூவு போல
மாறி போச்சு

முகில் உரசுவது போல
முனங்கையை
தடவிக் கொண்டு
ரொம்ப சந்தோசம்யா
என்று சொல்லி

எதையோ சாதித்தது போல
நடந்தார்
என் பால்ய வயது
ஆசிரியர் ...

****

18. கண்களைக் கொடு

இறைவா இன்றே
அழுது முடிக்க வேண்டும்
உடல் முழுவதும்
கண்களைக் கொடு

19. முதியோர் இல்லம்

ஒரு கோயில்
ஆயிரம் தெய்வங்கள்
வழிபாடு செய்யத்தான்
யாருமில்லை

20. ஹைக்கூ

❖ யாசகன் பாட்டு
ரயிலில் அலை மோதுகிறது
கருணை

❖ ஏன் என்று
கேள்வி கேட்கிறான் மாணவன்
பிறக்கிறது பகுத்தறிவு

❖ பயணம் செய்ய
ஓட்டுநர் வண்டியை இயக்கினார்
ஓடியது மரங்கள்

❖ தலைக்கணம் கூடியதால்
தரையில் வீழ்ந்து கிடந்தன
நெற்கதிர்கள்

21. முரண்

கூரை வீட்டையும்
காரை வீட்டையும்
பிச்சு எரிந்த
மழைக்கு
' நல்ல ' மழை என்றே
பெயரிட்டார்கள்

22. அப்பாவின் செருப்பு

அப்பா செருப்பு அணிந்தார்
பூமி பாதம் தொடுகிறது
என்னால் தான் முடியவில்லை

23. மகள்

அப்பா என்று
மகன் அழைப்பதை விட
மகள் அழைக்கும்
தருணம் தான்
தரணி தாண்டி
தண்ணின்பம் அடையும்
தந்தை மனது

24. பெரு வெள்ளம்

ரயிலின் சன்னல் வழியே
கைகளை நீட்டி
மழையை பிடித்தேன்
கைக்குள் அடங்கி விட்டது
கன மழை

ஆனால்
பேரானந்தத்தின்
பெரு வெள்ளம்
நெஞ்சுக்குள் புகுந்தது

25. கூரை நிலவு

எனக்காக அந்த
மொட்டை மாடி நிலவு
காத்துக் கொண்டு
இருக்கிறது,

ஆனால்
மொட்டை மாடி தான் இல்லை

இருக்கட்டுமே
வீட்டிற்குள்ளேயும்
நன்றாகத் தான் தெரிகிறது
அந்த கூரை நிலவு

26. கோடை மழை

கோடை மழை !
ஒதுங்கியே நிற்கிறேன்
துளிர் விட்டது
பால்ய நினைவுகள்

தற்போது
தண்ணீரில் ஒட்டாத
தாமரை இலை போல
என் தேகம் !

27.மொட்டை மாடி

மொட்டை மாடியில்
தென்னை மரம் மறைத்த
தேன் நிலவை பார்க்க
ஆவலாகத்தான் இருந்தது
பரவாயில்லை,

வெறுமனே தெரியும்
வெண்ணிலவை விட

தென்னங் கீற்றுக்கிடையில்
தெரியும் தேன் நிலவு
அழகாகத் தான் தெரிந்தது

28. அப்பாவின் பாதம்

கரிசல் மண்ணில்
விரிசல் விழுந்தது
போல இருக்கும்
அப்பாவின் பாதத்தை

எந்த பிள்ளையாலும்
எளிதாக அறிய முடியாது!

29. எறும்புகள்

ரேசன் கடையில்
நடந்த சண்டையில்
சிதறிய சீனி சில்லுகளை
வரிசையா எடுத்துச் சென்றன
எறும்புகள்

30. உழைக்கும் சேவகனே

தேகம் உருக்கி
தேசம் மினுக்கினாய்
உள்ளங்கையால்
உலம் இயக்கினாய்

விடுமுறையில் கூட
விதி என்று அல்லாமல்
கதி என்று
அரவணைத்துக் கொள்கிறாய்
உழைப்பை !

31. சிற்பி

செதுக்கிய சிலையிலோ
சிலுவையிலோ
கடவுள் வாழ்கிறாரா
என்றோ தெரியவில்லை
ஆனால்
சிற்பியின்
சித்தம் வாழ்கிறது.

32. துணையாய் இரு நிலவே

நான் தான்
ஊரை விட்டு போகிறேன்
நீயும் ஏன் கூட வர்றே
போய் என் அம்மாவிற்கு
துணையாய் இரு ஊரை விட்டு போகிறேன்
நீயும் ஏன் கூட வர்றே
போய் என் அம்மாவிற்கு
துணையாய் இரு!

33. எனக்கு அப்படி ஒன்றும் பேராசை இல்லையே

அப்படி ஒன்றும் எனக்கு
பேராசை இல்லையே

பேரன் பேத்திகளுடன்
சிறிது அரட்டை

ஒதுங்க கொஞ்ச இடம்
ஓய்வுக்கு ஒரு நாற்காலி

எப்பவாது பசிக்கும்
வயிற்றிற்கு புசிக்க உணவு

கொள்ளி போட
ஒரு கரம்
கொடம் உடைக்க
ஒரு தோள்

இதை தவிர
என்ன கேட்டேன்

பாவம் இதெல்லாம்
கொடுத்தால்

என் மகன்
கடன் காரனாக ஆகிவிடுவான்
என்பதாலே
வெளியே வந்துவிட்டேன்

****

34. குப்பைத் தொட்டி குழந்தை

நடு நாக்கில் நுனிக் காம்பு
நாசி எங்கும் பால்வாசம்
மார்புகளில் கை விரல்
நகங்கள் தீண்டிய
இரத்தம் இல்லாத தழும்புகள்

இருக அணைத்த கரங்கள்
இமை மூடிய பரவசம்
தொண்டையில் மெதுவான
ஏற்ற இரக்கம்
பசி தீரும் முன்னே
பாதி உறக்கம்
அனிச்சை செயலாக
நாவின் அசைவு

வேகமெடுத்த தென்றல்
விழி திறந்த விவேகம்
ஆரிராரோ தாய் ராகம்
அடுத்த நொடி
மறு உறக்கம்

இது எல்லாம் கண்டிப்பாக

எனக்கு நடந்திருக்க
வாய்ப்பில்லை

குப்பைத் தொட்டி
குழந்தைக்கு
கோபுரம் எதற்கு?
குறை வயிறு என்பது தான்
விதி விலக்கு

வீசி எறிந்த தாய்
வேண்டுமென்றே செய்தாலோ
விருப்பமின்றி செய்தாலோ
விளைகள் என்னிடம்
விளைகிறது

நானும் மனிதன் தானே
எனக்கு மட்டும் ஏன்?
என் தாயின் நிறை வயிற்றால்
இந்த குறை வயிறு காய்கிறது !

****

35. இரவு ?

ஆதவன்
அரைநாள்
குளிக்க போகிறான்..

36. அமாவாசை

யார் கண்களுக்கும்
தெரியாமல்
எங்கே போனது
அந்த நிலவு ?

37. மூத்த பிள்ளைகள் !

பூமி தொடும் ஆசையில்
பொழிகின்ற கோடை மழையில்
வடிகின்ற முதல் துளி
போல தான்
மூத்த பிள்ளைகள்

கோடி ஆசைகள்
சுமந்து வரும்
முதல் மழைத் துளி
பூமி சேரும் கணத்தில்
உஷ்ணத்தால் உருவம் இழக்கும்
பின் வரும் மழைத் துளிகள்
ஆறுகளாய் ஆழி கலக்கும்

எங்கே போனது
என்று தெரியாத
முதல் மழைத் துளி
போல தான்
மூத்த பிள்ளைகள்

38. மழை

எத்தனை பட்டங்களுக்கு
சுதந்திரம் கிடைத்ததோ
என்று தெரியவில்லை

நூல்களாக கீழே
விழந்து கொண்டே இருக்கிறது
கணக்கில்லாமல் ...

39. பூக்காரி

மல்லிகை மலர மலர
வாடினாள் பூங்கோதை

40. முதல் நாள் மட்டும் தான்

தனிமை சூழ்ந்த
இந்த இரவின்
முதல் நாள் மட்டும் தான்
பயமாக இருந்தது

அடுத்தடுத்த நாளெல்லாம்
நான் யார் என்பதை
எனக்கு காட்டியது

இந்த உலகத்தில்
நல்லவன் போல்
நான் போடும் வேசத்தை
எனக்கு எடுத்துச்
சொன்னது

41.சாட்சி

படைப்புகள் என்னுடையது
என்று யாரிடம்
முறையிடுவேன்
நான் எழுதும் பேனாக்களே
சாட்சி சொல்ல வாருங்கள்

42. ஆண் தேவதை

தன்பிள்ளையை
எல்லைத் தாண்டி
பறக்க வைத்த
அப்பாவையும்

சமையலறையின்
சாளரம் தாண்டி
சஞ்சாரம் செய்ய வைத்த
கணவரையும்

காமம் வழியாமல்
கைகளைப் பிடித்து
கவலை போக்கும்
தோழனையும்

கதி என்று
வந்தவளை
கண் கலங்காமல்
பார்க்கும்
காதலையும்

என்னை போலவே
அவளுக்கும்
ஆசைகள் உண்டு
அவள் வாழ்வை
தேர்ந்தெடுக்க அவளுக்கு
உரிமை உண்டு
என்று சொல்லும்
சகோதரனையும்

கண்டிப்பாக ஒரு பெண்
ஆண் தேவதையாகத் தான்
பார்ப்பாள்...

****

43. வேண்டும்

எல்லோரும்
சுதந்திரம் என்று
பறவையை
பறக்கவிட்டு
கொண்டிருந்தார்கள்

ஆனால் நான்

உயரப் பறக்கும்
பறவைக்கே கிடைக்காத
ரெக்கையில்
விடுபட்ட சிறகின்
சுதந்திரம்
வேண்டும் என்றேன்.

44. தொலைத் தூரக் காதல்

இரயில் பயணத்தின் போது
சன்னல் வழியே
தெரியும் தூரத்து நிலவு
நான் அழைக்காமலே
என்னை துரத்தி வருகிறது

என் அருகே இருந்தும்
நான் புறப்பட்ட நொடியே
என்னை விட்டு
ஓடிய மரங்கள்

தொலைத் தூரக் காதல்
எப்போதும்
அன்பைத் தூறும்

45. கவிதையின் ஏக்கம்

கவிதை கூட
ஏங்குகிறது தாயே
உன்னை பாட
என்னை ஒரு கவிஞன்
பயன்படுத்திக்
கொள்ள மாட்டானா என்று...

46. ஆகச் சிறந்த கற்பனைவாதிகள் யார்?

காவியம் எழுதிய கம்பனா ?
வாழும் நெறி எழுதிய வள்ளுவனா ?
பாவை விழி எழுதிய பாரதியா ?

காலம் வென்ற கண்ணதாசனா ?
வலிகள் பேசிய வாலியா
வைரமுத்துவா ?
நாடு கடந்த
செல்லியா ? பைரனா ?

என் மழலை மகளிடம்
பத்து பென்சில்களை
கொடுத்தேன்

நிலவும் மழையும்
உலவும் விண்மீனும்
ஆதவனும் அகிலும்
கூரை வீட்டின் மேல்
விடுபட முடியாமல்
விடுதலைக்கு போராடின

என் எண்ணம் உடைந்தது.

****

47. மரணத்திற்கு பிறகும் வாழ்க்கை

மரத்திலிருந்து
பிரிந்த இலையொன்று
குளத்தில் தவிக்கும்
எறும்புக்கு படகாகி
இன்னும் வாழ்கிறது!

48. கை ரேகை

கைநாட்டு வைக்கும்
அம்மாவின் விரல்களில்
கை ரேகை இல்லை
என்று கேட்டதற்கு

என் வீட்டுப்
பாத்திரத்தில்
பதிந்திருக்கும்
என்று சொல்வது போல்
அம்மாவின் பார்வை
இருந்தது!

49. வெயிலோடு உறவாடி

காய்ந்த
கட்டுக்கோப்பான மேனி
வெயிலிலும்
சலைப்பிள்ளா விளையாட்டு
நெல்லு வைக்கும்
கோணி சாக்கு
அப்பனுக்கு தெரியாம
எடுத்து வந்து
ஆசையோடு
நாங்க வைக்கும் பந்தயம்
அமெரிக்க ஓப்பன் என்ன?
ஆசிய போட்டி என்ன?
எல்லாமே மலிவு தான்,,

கடந்த காலம்
போக ஆசை தான்
காலம் இசைவு தந்தால்...

****

50. பள்ளித் தோழி

எடுத்த பேனாக்கள்
ஏங்கியே நிற்கின்றன
நோக்கிய கண்களும்
நீர் தேங்கியே நிற்கின்றன

எங்ஙனம் எழுதுவேன்
என் தோழியே
எங்ஙனம் எழுதுவேன் ?

எப்படி எழுதுவேன்
என் தோழியே
எப்படி எழுதுவேன் ?

எழுதி புரிய
வைக்க முடியுமா
அவ்வளவு
எளிதில் புரிய
வைக்க முடியுமா
நம் நட்பின்
நங்கூரத்தை !

சின்னச் சின்னச்
கிண்டல்கள்
சீக்கிரம் தோன்றி மறையும்
சண்டைகள்

வலிக்காமல் ஒரு அடி
வலித்தது போல
ஒரு நடிப்பு

தேம்பி அழுவது போல் நீ
தேற்றுவது போல் நான்

மதிய நேர இடைவேளை
இடம் மாறிக் கொள்ளும்
டிப்பன் பாக்ஸ்கள்

இம்சைக் கொடுக்கும்
மதிய நேரத் தேர்வு
ஆளுக்கொரு பக்கமாய்
வகுப்புத் தேர்வு
அவசரமாய் வந்து
அமர்வோம்
இம்மி அளவு கூட
நிற்காத நேரம்

பேனா இல்லாமல் நான்
பேசி வைத்தது போல
உன் உதவி

எதுவும் தெரியாமல்
நிரம்பிய பக்கங்கள்
அதை திருத்தும்
வளையல் அணிந்த
உன் கைகள்

தவறுகள் இருந்தும்
சரியாக்கி நீ போட்ட
மதிப்பெண்கள்

இடிபோல கண்டிப்பில்
வாத்தியார்
மனதிற்குள்
மனசாட்சியே இல்லாமல்
மாபெரும் கெட்ட வார்த்தை

உன் பள்ளிப் பையில்
திருடித் தின்ற
பொறி உருண்டை

திருடுவதற்காகவே
உன் பையில் திணித்த
உன் அம்மா

உன் அம்மா
என் அம்மா
ஓர் அம்மா
ஆன அதியம்
இங்கு தான் நடக்கும்

எங்ஙனம் எழுதுவேன்
என் தோழியே
எங்ஙனம் எழுதுவேன் ?

எப்படி எழுதுவேன்
என் தோழியே
எப்படி எழுதுவேன் ?

வேடந்தாங்கல்
பறவைகள் போல
எங்கிருந்தோ வந்தோம்

நகைப்பால்
நட்பால் வளர்ந்தோம்

வலசை போகிறோம்
மீண்டும் இணைவோம்
நல்லதொரு
பருவ காலம் வந்தால்

எதிர்நோக்கி
ஏக்கத்தில்
நம் பள்ளி பறவைகள் !

****

51. இப்படியும் ஒரு காதல்

என்னை அள்ளி எடு
என் மேனி தொடு
என் உடை நீக்கு..
உன் கரங்கள் தொட
காத்துக் கொண்டிருக்கிறது
என் தேகம்...

மேல் முதல்
கீழ் வரை
உன் விரல்களால்
என்னை காயப்படுத்து...

என்னை
ஒவ்வொரு பக்கமால்
புரட்டி எடு...

உன் உதட்டு அசைவுகளால்
எனக்கு பொருள் கொடு...

உனக்குப் பிடித்த இடத்தில்
குறிப்பிட்டு கோடு கிழி...

என் மேனி கிழித்து
அங்கங்கே தழும்பாக்கு
உன் கண்களை
கொஞ்ச நேரமாவது
ஒரு இடத்தில் பரவ விடு...

உன் விரல் எச்சிலால்
என் மேல் நுனியை
புரட்டி முகர்ந்து விடு...

தினம் ஒரு முறையாவது
என்னை அழுக்காக்கு
என்னை புசித்து
உன் பசித் தீயை
அணைத்துக் கொள்...

என்னிடம் உனக்கு
விடை கிடைக்கும் வரை
என்னை விடாதே...

வா காதலனே வா...

என்னை தீண்டிக் கொண்டே
உன் அறிவை பெருக்கு...

என்னை தாண்டினாலும்
என்னிடம் இன்னும்
நிறைய இருக்கு...

புத்தகமாய்
வரம் எடுத்தேன்
உன் கரம் படத்தான்...

சத்தமிடாமலே
சாதிக்க வைப்பேன்
உன்னை இமயம்
தொடத்தான்...

வா காதலனே வா !

****

52. புத்தகம் புரட்டு

மனிதா மனிதா
நீ இவ்வுலகை மாற்ற
விரும்பினால்
புத்தகம் புரட்டு

அது உன் வாழ்வில்
அற்புதத்தை திரட்டும்
உன் தூக்கத்தை விரட்டும்
உன் துக்கத்தை மிரட்டும்

இவ்வுலகில் பலவற்றை
மாற்றியவர்களும்
ஏமாற்றியவர்களும்
புத்தகம் புரட்டியவர்கள் தான்

புத்தகத்தை முழுமையாக
நீ – படித்தால்
புது நம்பிக்கை பிறக்கும்
அறிவு ஊற்றுச் சுரக்கும்
வாய்ப்பு கதவு திறக்கும்
உன் புகழ் எங்கும் பறக்கும்

மனிதா நீ புத்தகம் படி

பேச்சாளனாக வேண்டுமென்றால்
புத்தகம் படி

விவாதம் செய்ய
புத்தகம் படி

விண்ணையும் தொட
புத்தகம் படி

விடை கிடைக்கும்
விடாதே புத்தகம் படி

சாதனையாளனாக
புத்தகம் படி

சமூக விடுதலைக்கு
புத்தகம் படி

புரட்சியாளனாக
புத்தகம் படி

புது சரித்திரம் படைக்க
புத்தகம் படி

மேலிருந்து கழியும்
புத்தகம் தான் என்று
நினைக்காதே
கீழிலிருந்து முன்னேற்றும்
உன்னை
புத்தகத்தை பழிக்காதே

உனக்கும் புத்தகத்திற்கும்
உள்ள இடைவெளியை
குறைத்திடு

திறக்கும் புத்தகத்தை
படித்து தலைவிதியை
மாற்றிடு

நீ புத்தகம் படித்தால்
அறிவாயுதம் உனக்கு
கை கொடுக்கும்
அரிவாள் போன்ற
ஆயுதங்களுக்கு துருப்பிடிக்கும்
புத்தகம் படித்தால்
பாமரன் கூட
பாயிரம் பாடுவான்
பசி இருந்தும்
பாட்டில் பாரதி ஆயிடுவான்.

புத்தகம்
படித்துக் கொண்டே இரு
உன்னை
புதுப்பித்துக் கொண்டே இரு.

****

53. புத்தகம் படித்தால் !

நீ புத்தகத்திற்கு
அடிமையாவாய்
மற்றவர்களுக்கு நீ
ஆளுமையாவாய்

....

வாசகனுக்கு நன்றி